AF563399

Rats
Mga Daga

Ava Podmorow

Explore other books at:
WWW.ENGAGEBOOKS.COM

VANCOUVER, B.C.

Rats: Level Pre-1
Animals in the City
Podmorow, Ava 2004 –

Edited by: A.R. Roumanis and Sarah Harvey
Translated by: Mary Grace De Guzman
Proofread by: Sherwin Mila

Text set in Epilogue

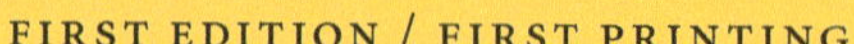

FIRST EDITION / FIRST PRINTING

LIBRARY AND ARCHIVES CANADA CATALOGUING IN PUBLICATION

Title: Rats = Mga daga / Ava Podmorow.
Other titles: Rats (2023) | Mga daga
Names: Podmorow, Ava, author. | De Guzman, Mary Grace, translator. | container of (work): Podmorow, Ava. Rats. | container of (expression): Podmorow, Ava. Rats. Filipino.
Description: Series statement: Animals in the city | Translated from the English by Mary Grace De Guzman. | Parallel text in English and Filipino.

Identifiers: Canadiana 2022049374X |
ISBN 978-1-77878-056-1 (hardcover)
ISBN 978-1-77878-057-8 (softcover)

Subjects:
LCSH: Rats—Juvenile literature.
LCSH: Urban animals—Juvenile literature.

Classification: LCC QL737.R666 P64 2023 | DDC J599.35175/6—DC23

This project has been made possible in part by the Government of Canada.

Rats are always hungry!
Ang mga daga ay laging gutom!

Rats live in cities.
Ang mga daga ay nakatira sa mga lungsod.

It is easy to find food and places to sleep.
Madaling humanap ng pagkain at lugar na matutulugan.

Rats love to eat meat.

Ang mga daga ay mahilig kumain ng karne.

They eat a lot of garbage too.
kumakain din sila ng maraming basura.

Rats are often found near garbage, but they hate to be dirty.

Ang mga daga ay madalas na matatagpuan malapit sa basura, ngunit ayaw nilang maging marumi.

They clean themselves often.
Madalas nilang nililinis ang kanilang mga sarili.

There are many different kinds of rats.

Maraming iba't ibang uri ng mga daga.

The most common type of rat is called the house rat.
Ang pinakakaraniwang uri ng daga ay tinatawag na dagang bahay.

It is rare to find one rat on its own.

Bihirang makakita ng isang daga na mag-isa.

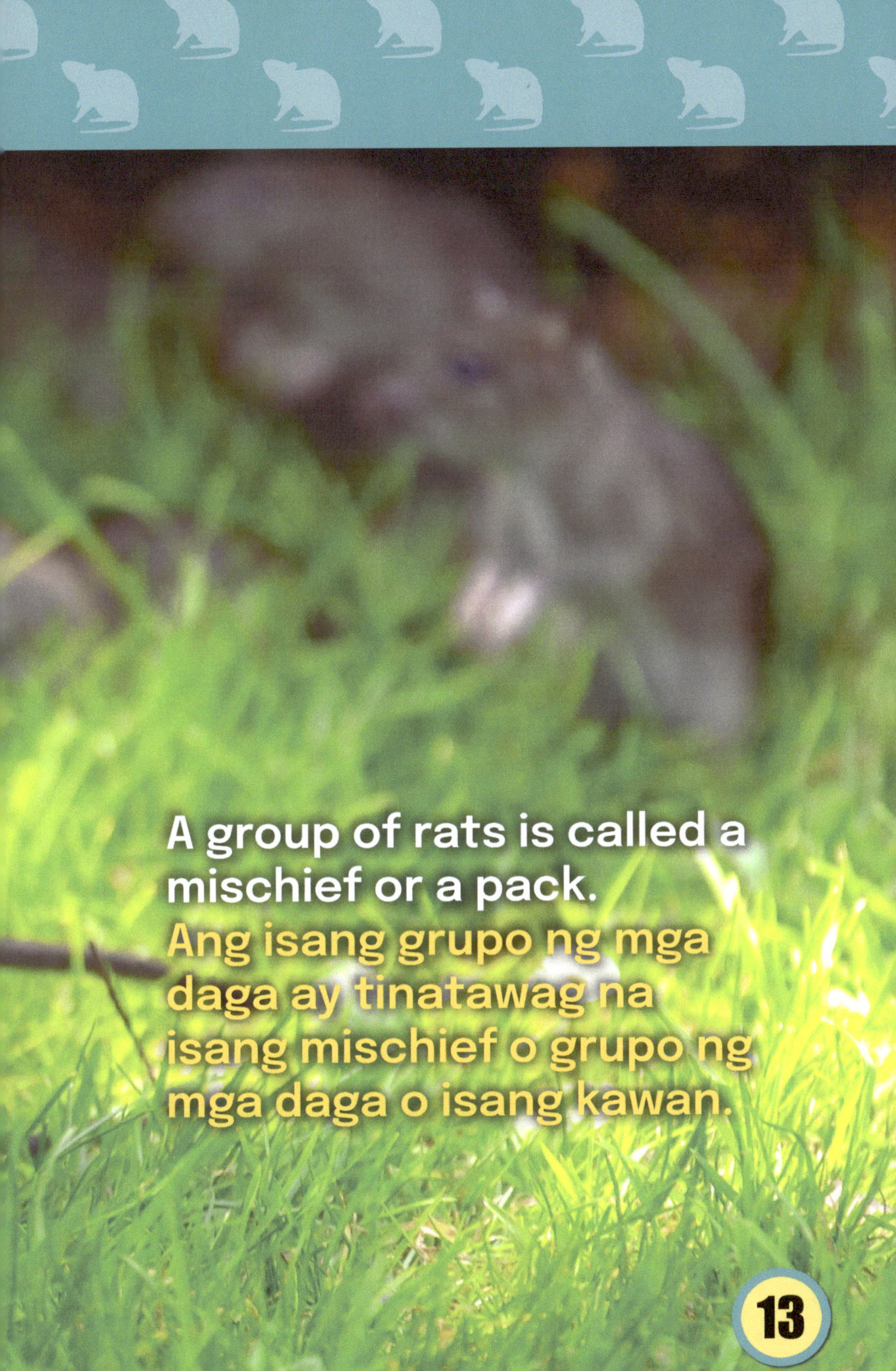

A group of rats is called a mischief or a pack.

Ang isang grupo ng mga daga ay tinatawag na isang mischief o grupo ng mga daga o isang kawan.

Rats have short hair, long tails, and whiskers. Their eyes are large.

Ang mga daga ay may maikling buhok, mahahabang mga buntot, at mga balbas. Ang kanilang mga mata ay malalaki.

Eyes
mga Mata

Whiskers
mga Balbas

Rats can only see things that are very close to them.

Ang mga daga ay nakakakita lamang ng mga bagay na napakalapit sa kanila.

Things that are far away are blurry.
Ang mga bagay na malayo ay malabo.

Rats can hear better than humans.

Ang mga daga ay nakakarinig ng mas mahusay kaysa sa mga tao.

New noises scare them.
Ang mga bagong ingay ay nakakatakot sa kanila.

Female rats can have babies six times a year.
Ang mga babaeng daga ay kayang magkaanak ng anim na beses sa isang taon.

The teeth on a rat never stop growing!

Ang mga ngipin sa isang daga ay hindi tumitigil sa paglaki!

Chewing keeps their teeth short.

Ang pagnguya ay nagpapaikli ng kanilang mga ngipin.

Some people keep
rats as pets.
Ang ilang mga tao ay
nag aalaga ng mga
daga bilang mga
alagang hayop.

Most people think they are pests.

Karamihan sa mga tao ay nag-iisip na sila ay mga peste.

Rats are great swimmers.
Ang mga daga ay mahusay na mga manlalangoy.

They can hold their breath underwater a long time.

Sila ay maaring huminga sa ilalim ng tubig nang mahabang panahon.

My tail helps me climb!
Ang aking buntot ay tumutulong sa akin na umakyat!

Explore other books in the Animals In The City series.

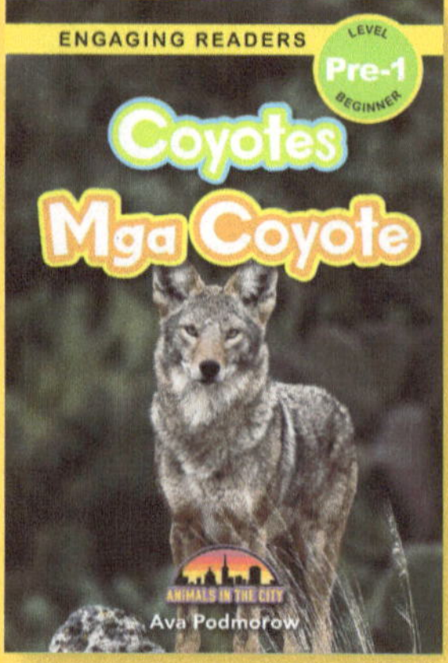

Visit www.engagebooks.com/readers

Explore level 1 readers with the Animals That Make a Difference series.

www.ingramcontent.com/pod-product-compliance
Lightning Source LLC
LaVergne TN
LVHW070417250826
846485LV00013B/75

* 9 7 8 1 7 7 8 7 8 0 5 6 1 *